மூன்று சப்பாத்துகளின் கதை

மூன்று சப்பாத்துகளின் கதை
நெகிழன் (பி. 1990)

இயற்பெயர் சரவணன். நெகிழன் எனும் புனைபெயரில் கவிதைகள் எழுதிவருகிறார். சேலம் மாவட்டம் ஓமலூரில் பிறந்த இவர் தற்போது சேலம் மாவட்டம் காக்காபாளையத்தில் வசித்து வருகிறார். வரைகலையாளராகப் பணிபுரிகிறார். மணல்வீடு வெளியீடாக வந்த 'பூஜ்ய விலாசம்' என்கிற கவிதை நூல் இவரது முதல் நூல். இது இவரது இரண்டாம் நூல்.

நெகிழன்

மூன்று சப்பாத்துகளின் கதை

காலச்சுவடு பதிப்பகம்

அன்பார்ந்த வாசகருக்கு,

வணக்கம்.

காலச்சுவடு நூலை வாங்கியமைக்கு நன்றி.

நூலின் உள்ளடக்கம், உருவாக்கம், அட்டைப்படம் இன்ன பிற அம்சங்கள் பற்றிய உங்கள் கருத்துகளையும் ஆலோசனைகளையும் காலச்சுவடு வரவேற்கிறது. தகவல், எழுத்து, வாக்கியப் பிழைகள் தென்பட்டால் கட்டாயம் தெரிவித்து உதவுங்கள். நூல் தயாரிப்பில் கடும் குறைபாடு இருப்பின் மாற்றுப் பிரதி உங்களுக்குக் கிடைக்கக் காலச்சுவடு ஏற்பாடு செய்யும்.

மின்னஞ்சல்: publisher@kalachuvadu.com

காலச்சுவடு நாகர்கோவில் தலைமையகத்துக்கும் கடிதம் அனுப்பலாம்.

தங்கள்
எஸ்.ஆர். சுந்தரம் (கண்ணன்)
பதிப்பாளர் – நிர்வாக இயக்குநர்

மூன்று சப்பாத்துகளின் கதை ♦ கவிதைகள் ♦ ஆசிரியர்: நெகிழன் ♦ © நெகிழன் ♦ முதல் பதிப்பு: டிசம்பர் 2022 ♦ வெளியீடு: காலச்சுவடு, 669, கே.பி. சாலை, நாகர்கோவில் 629001

காலச்சுவடு பதிப்பக வெளியீடு: 1139

muunRu cappaattukaLin katai ♦ Poems ♦ Author: Negizhan ♦ © Negizhan ♦ First Edition: December 2022 ♦ Language: Tamil ♦ Size: Demy 1x8 ♦ Paper: 18.6 kg maplitho ♦ Pages: 72

Published by Kalachuvadu, 669, K.P. Road, Nagercoil 629001, India ♦ Phone: 91-4652-278525 ♦ e-mail: publications@kalachuvadu.com ♦ Printed at Adyar Students xerox Pvt. Ltd., No. 275 Habibullah Road, Triplicane high Road, Opp Triplicane Post Office, Triplicane, Chennai 600005

ISBN: 978-93-5523-276-2

நெய்வேலி R. வெங்கட்ராமனுக்கும்
மு. ஹரிகிருஷ்ணனுக்கும்

நன்றி

கலை, இலக்கியச் சிறுதெய்வங்களுக்கு

பொருளடக்கம்

1. புராதன மிருகப் பற்களின் கூர்மை 13
2. மூன்று சப்பாத்துகளின் கதை 14
3. ஒளித் தலையன் 15
4. தீப அவஸ்தை 16
5. அலறுங் காலம் 17
6. ஆடை தெய்வம் 18
7. பொக் பொக் 20
8. யாரும் ஏந்தாத சில விரல்கள் 22
9. மருத்துவமனை வாசலில்... 23
10. நீரின்மீது... 24
11. காலம்... 25
12. மையத்தில் உள்ளது இலக்கு... 26
13. பச்சை வர்ணச் சுகந்தம் 27
14. முத்தத்தின் சதைத் துணுக்குகள் 28
15. பிரகாஸ உள்ளாடைகள் 29
16. பைத்திய நாய் 30
17. கூரைக் கூம்பிலமர்ந்து... 31
18. விழுந்துகொண்டேயிருப்பவை 32
19. கல் அகப்படாத வேளையில்... 33

20.	இருள் நீர்	34
21.	சால்னாவின் வாசம்	35
22.	சதைச் சிலுவை	36
23.	துக்கம் தாளாத மதுபாட்டில்கள்	37
24.	வெண்ணிறச் சோகம்	38
25.	நுனித் தீ	39
26.	இடிந்த கதைகள்	40
27.	அதிசய மரம்	41
28.	எவ்வளவு காலமாக...	42
29.	நேற்றுக்கூட நேற்றுக்கூட நேற்றுக்கூட	43
30.	பிஸ்து	44
31.	ஆற்றுப் பாலத்தை	45
32.	உண் ஈக்கள்	46
33.	ஒளி விலங்கு	47
34.	முட்கால நிழலில் பறக்கும் கொசு	48
35.	விவஸ்தையயற்ற மரம்	49
36.	என்றாகி விட்டது	50
37.	துயரத்தின் நிறங்கள்	51
38.	உறக்கக் கதகதப்பில் இருந்தாள்...	52
39.	வெட்க ராணி	53
40.	பலாக்கிரம மூச்சிரைப்புகள்	54
41.	வண்ணத்திப் பூ	55
42.	தீப் புழு	56
43.	ஒளித்துடிப்பு	57
44.	தீண்டலின் பாடல்	58
45.	வலியாறுதல்	59
46.	சொற்களை...	60
47.	நிறைந்த பௌர்ணமியன்று...	61

48.	மறை நுனி	62
49.	கத்தியின் இதழ்கள்	63
50.	உன் தாயின்மீது ஆணையாக இது உணவகம் பற்றிய கவிதைதான்	64
51.	உன் தலைப்பில்...	65
52.	மது ஜீவ மது	66
53.	ஓடும் ஆற்றின்...	67
54.	நிலை குலை நிலை	68
55.	தலைக்கு மேலே பறந்த பொன்வண்டை...	69
56.	நனவில் போலல்லாது...	70
57.	நானிங்கு வந்தது...	71

புராதன மிருகப் பற்களின் கூர்மை

நீளும் பாதையில் உதிர்ந்துகிடப்பவை
உண்மையில் பழங்களேயல்ல
யாரோ அல்லது ஏதோ
கடித்துத் துப்பிய தலைகள்
ஒரு பனிக் காலையில்
தூரத்தில்
பசியளவுக் காளான்களைக் கண்டு
உற்சாகம் துள்ள ஓடினோம்
நெருங்கிய பின்னரே தெரிந்தது
அவை மண் தின்று போட்ட
மண்டையோடுகளென்று
கவனம் தவறும்போதெல்லாம்
கபாலங்களை உதைத்து
கால்பந்து விளையாடத் துவங்குகின்றனர்
பரட்டைத் தலைப் பொடுசுகள்
அவ்வப்போது
எங்கள் குடிசைகளின்மீது
கொதிக்கும் எச்சமிடுகின்றன
வானில் வட்டமிடும்
தீமைகளின் பறவைகள்.

●

மூன்று சப்பாத்துகளின் கதை

இருபது வருடமாக
ஒரே இடத்தில்
வேலை பார்க்கிறார் அப்பா
பின்னந்தலை சொறிந்து
கை பிசைந்து நின்றவரின் நிலையுணர்ந்து
மூன்று ஜோடி
பழைய சப்பாத்துகளை
தந்துதவினார் முதலாளி.
அவற்றில் ஒன்று சிறியவை
நிலவும் நட்சத்திரங்களும்கூட
கைவிட்ட அந்த இரவில்
விளக்கொளி முகம் பரவ
அம்மா என் காதில்,
"மகனே, இரவுணவுக்கு
மிகச் சுவையான சப்பாத்துகள் கிடைத்திருக்கின்றன"
எனச் சொல்லிவிட்டு
பற்களுதிரச் சிரித்தாள்
நான் உதடுகள் கிழியச் சிரித்தேன்
அப்பா எங்களுக்கு முதுகைக் காட்டியபடி
சுவரில் தெரியும் தனது நிழலோடு
ஏதோ பேசிக்கொண்டிருந்தார்.
வாதம் விதண்டாவாதமாகி
வார்த்தைகள் தடித்தபோது
தலையைப் பின்னிழுத்து
ஓங்கி ஒரு முட்டு முட்டினார்
கதை முடிந்தது.

●

ஒளித் தலையன்

அத்தனை அறைகளில்
எனக்காக ஒதுக்கப்பட்ட சிறப்பறை
எண் 14
பின்னப்பட்ட ஜடையென
விட்டத்திலிருந்து நிலம் நோக்கும் வயரில்
தொங்கியது
பல்பை இழந்த சோக ஹோல்டர்
அதை
எங்கோ பார்த்த ஞாபகம்
ஸ்டூல் மீதேறி
தொட்டுத் தடவிப் பார்த்தேன்
பிசிறின்றி அப்படியே என் கழுத்துத்தான்
பெருஞ் சிரமத்திற்குப் பின்
ஒருவழியாக மாட்டிவிட்டிறங்கினேன்
என் தலையை.

●

தீப அவஸ்தை

அமாவாசைதோறும்
சித்ரா வருவாள்
என்னைப் பார்ப்பதுபோல்
வாட்டசாட்டமான
அவனைப் பார்ப்பாள்
அவன்
என்னிடம் பேசுவது மாதிரி
அவளிடம் பேசுவான்
அவள் நீங்கிய பின்
பந்தெனத் திரட்டி
நெஞ்சில் தீபமாய் ஏந்திய காற்றை
மெல்ல இறக்கிவைப்பேன்.

●

அலறுங் காலம்

பறவையினங்கள் அலற
வானில் பறந்தபடியே முட்டையிடுகின்றன
உலோகப் பறவைகள்
குங்குமமெனச் சிவந்து கிடக்கும் மண்ணிலிருந்து
சிவப்பைப் பிரிக்க முயன்றவர்கள்
வெவ்வேறு கோணங்களில்
சோர்ந்து கிடக்கிறார்கள்
உலோகக் கால்கள் சத்தமிட
கண்ணாமூச்சி
விளையாடுபவர்களைக் கண்டுபிடித்து
நெற்றியில் சூடான முத்தமிடுகின்றன
வீதிவீதியாய் உலா வரும்
துப்பாக்கிகள்.
மரப்பெட்டியின் சிறு கோட்டின் வழியே
அனைத்தையும் கவனிக்கின்றன
பிரபஞ்சத்தின் சிறு விரிக் கண்கள்.

●

ஆடை தெய்வம்

கொடியில்
சட்டையை க்ளிப் போட்டு
கீழே
கால்சராயைப் பொருத்தி
சம்பாஷணையில் ஈடுபட்டிருக்கிறாள்
இடையில்
சில திட்டுகளும் குத்துகளும்கூடக் கொடுக்கிறாள்
அவ்வப்போது கட்டிக்கொள்கிறாள்
முத்தங்களும் தருகிறாள்
எல்லாவற்றையும் பெற்றுக்கொண்டும்
ஆம் போட்டுக்கொண்டும்
நிற்கும் ஆடைகளை
பார்க்கப் பார்க்க
அடித்துத் துவைக்க வேண்டும்போல் இருக்கிறது

O

நரம்பு புடைக்க
ஆத்திரத்தோடும்
பளபளப்பான கத்தியோடும்
அறைக்குள் சென்று
தாழிட்டேன்

O

அறைவிட்டு
தப்பிக்கத் தெரியாத
வார்த்தைகள் சிலவற்றின் உதவியோடு
மணிக் கணக்கில் உரையாடினோம்
இறுதியாக
ஆடைகள் கூறின
கழுத்தைக் கத்தியில் வைத்து
இரு முறை
வலது இடது வலது இடது
பார்த்தால் எல்லாம் சரியாகும்.

O

வலது இடது
வலது இடது.

O

முதன்முறையாக
ஆடைகள்
தனக்கு வெளியே
ஒரு உடலைத் தழுவின.

●

பொக் பொக்

சந்தையில் பிடித்துவந்த
கோழிக்கு
மகள் மிக ஆசையோடு
பொக் பொக்
எனப் பெயர் வைத்தாள்
ஒவ்வொருவராக உச்சரிக்கப் பழகி
பிறகு
தனித் தனியாகவும் சேர்ந்தும்
மொத்த குடும்பமுமே அழைத்தோம்
பொக் பொக்
பொக் பொக்

O

தினமும்
தண்ணீர் வைத்தோம்
தானியங்களிட்டோம்
மகள்
கொஞ்மே கொஞ்சம்
தானியங்களை வாயிலிட்டு
மென்று
தரையில் வைத்தாள்

O

மூன்று சப்பாத்துகளின் கதை

பாட்டியோடு
பூங்காவுக்குச் சென்று
மதியம் வீடு வந்தவள்
நுழைய நுழையவே
குழம்பின் வாசம் பிடித்து
பசி உயிர்போவதாக
செய்கை செய்தாள்

○

மறுநாள்
தெளிந்த காலையில் கேட்டாள்
அப்பா எங்கே பொக் பொக்
அடங்காத கழுதை
எங்காவது மேய்ந்துகொண்டிருக்கும் என்றேன்
சின்னத் தடியோடு
வீடு வீடாய்
காடு காடாய்
தேடியலைகிறாள்
பொக் பொக்
பொக் பொக்

○

பொக் பொக்
பொக் பொக்

●

யாரும் ஏந்தாத சில விரல்கள்

ஒருநாள் மலைக்கு
தலையும் கைகால்களும் முளைத்தன
ஒரு கணம் அது
எழுந்து நின்று
கால் மடிய
தன் காலடியில் வளர்ந்த
ஒரு சிறிய செடியின் முன்
மண்டியிட்டது.
ஒவ்வொரு கையிலும்
பூக்களை விரல்களாகப் பெற்ற
அச்சின்னஞ் சிறிய செடி
மலையின் முகத்தை
ஆசையோடு வருடிவிட்டது
அப்போது உண்டான சிலிர்ப்பில்
அதுவரை
யாருமே ஏந்தாத சில விரல்கள்
உதிர்ந்தன.

●

மருத்துவமனை வாசலில்
மரங்கள் சூழ்ந்த ஓய்விடத்தில் அமர்ந்தபடி
இளைஞனொருவன்
கேம் விளையாடுகிறான்
கேம் ஓவர் என்று வந்ததும்
எல்லாம் கைமீறிவிட்டதன்
பெருஞ் சலிப்போடு
ஜேப்பில் போடுகிறான்
சுற்றி நிற்பவர்கள்
அனுதாபத்தோடு பார்க்க
பெண்களும் ஆண்களும்
கெத் கெத் என்று அழுகிறார்கள்.
ஓ... இது
மிக சீரியஸான கேம்.

●

நீரின்மீது
தீராக் காதல் கொண்ட மரங்கள்
ஏரியைச் சுற்றி நிற்கின்றன.
சர்வ காலமும்
ஏரியைப் பார்த்தவண்ணமே
பூக்கின்றன, உதிர்க்கின்றன.
சலன அலைகள்
நெளிகோடுகளாய் ஊர்ந்து
கரை தொடுகின்றன.
ஏதோ நிகழ்கிறது.

●

காலம்
கெட்டிச் சதையைத் தின்றுவிட்டு
கருணையின்பால் போர்த்திவிட்டிருக்கிறது
எலும்பின்மீது தோலை
தற்போதைய உடலமைப்புக்கு ஒத்து வராது
“அதிக ரிஸ்க்”
ஈரத் திரையிட்ட கண்களை
உற்றுப் பார்க்கும் யாரேனும்
ஓரிரு ரொட்டித் துண்டுகளைத்
தின்னக் கொடுத்தால்
அவர்கள் காலடியே
கதியென்பதுபோலக் கிடப்பேன்
சற்றுநேரம்.. சற்றுநேரம்.. சற்றுநேரம்..

●

மையத்தில் உள்ளது இலக்கு
இக்கரையில் நானும்
அக்கரையில் நீயும்
கண்கள் விரிய வெறிக்கிறோம்
நெருங்க நெருங்க
புட்டத்தால் பின்னகரும் மலையென
இலக்கு நம்மை
இளக்காரஞ் செய்கிறது
சொல் இப்போதுகூட
ஒன்றும் கெட்டுப் போய்விடவில்லை
திரும்பிப் போய்விடலாமா
இன்னும் திறந்துதானிருக்கிறது
நம் சுகக் கூண்டு.

பச்சை வர்ணச் சுகந்தம்

வீட்டில் யாருமில்லை
அத்தனை துவாரங்களையும் அடைத்த பின்
நடுக்கூடத்தில் வெற்றுடலோடு நின்றேன்.
காரை வெடித்து மண் சிரித்தது
விதை மழை பொழிய
கண நேரத்திலவை
செடிகளாய் முளைத்துப்
பின் விருட்சங்களாயின.
வனம் இப்போது
என் வீட்டுக்குள்
பச்சை வர்ணச் சுகந்தத்தைக்
கொண்டுவந்துவிட்டது.
நான் ஒவ்வொரு கிளையாய்
பெரும் சந்தோஷக் கூச்சலோடு
தாவிக்கொண்டிக்கையில்
யாரோ கதவு தட்ட
விழுந்தேன்
"தொப்"

●

முத்தத்தின் சதைத் துணுக்குகள்

யாரோ யாருக்கோ அனுப்பிய முத்தம்
வழி தவறி
என் வீட்டுக்கு வந்தது
வளர்ப்பு நாயின்
அன்புத் துள்ளலோடு பாய்ந்து
கன்னம் கடித்து உடலலைந்தது
அன்றிரவு
படுக்கையில் புரண்ட பின்
என் கைகளைப் பற்றிக்கொண்டு
நீதான் என் வாழ்க்கை என்றது
இறுக அணைத்து முத்தமிட்டேன்
அது வெடித்துச் சிதறியது.
சதைத் துணுக்குகளும்
இரத்தத் தெறிப்புகளும்
அப்பிய முகத்தோடு
தலைதலையாய் அடித்துக்கொண்டு
அழுதது எனதறை.

●

பிரகாஸ உள்ளாடைகள்

கனவிலிருந்து இறங்கிவந்து
அறையின் சதுர இருளில்
ஒளிவீசும் விளக்காக அமர்ந்திருக்கிறாள்.
பிரகாஸ உள்ளாடைகள்
எனக்காக
மேல் நோக்கிப் பிரார்த்திக்கின்றன.
கணத்திற்கு கணம்
என் சோணிதம்
எண்ணெயாய்க் கொதிக்கிறது.
என்மீது ஊர்ந்தூர்ந்து தரையிறங்குகிறது
பாம்பின் வழவழப்புடல்.

●

பைத்திய நாய்

ரௌண்டானாவின் கீழே படுத்திருந்தது
தின்று கொழுத்த நாயொன்று
மனதிலிருந்து எதுவோ உந்த
துரத்தத் துவங்கினேன்
அது ரௌண்டானாவை வட்டமடித்தோடியது
ஓட்டத்தை மேலும் துரிதப்படுத்தினேன்
அதுவோ
சற்றும் சளைக்காமல் இன்னுமின்னும் என
வேகம் கூட்டிப்போனது.
நானோ
ஒருகட்டத்தில் நைசாக ஒதுங்கிக்கொண்டேன்
அதன் பிறகு
பல வருடங்களாக
நானந்தப் பக்கம்
தலை வைத்துக்கூடப் படுப்பதில்லை
எனினும் சிலபோது
யாரேனும் சொல்வதுண்டு
"வட்டமடிப்பதை நிறுத்தும்
சூட்சுமத்தை மறந்துவிட்ட
ஒரு பைத்திய நாய்
நம் ஊரில் வசிக்கிறது"

●

கூரைக் கூம்பிலமர்ந்து
கரைகிறது காகம்.
விருந்தாளி வரப்போவதாக மனைவியும்
பசிக்குக் கத்துகிறதென்று மகளும் கூற
கண மௌனத்துக்குப் பின்
பெருமூச்செறிந்தவாறு அம்மா சொன்னாள்,
அது உன் அப்பா.
அன்றிலிருந்து
என் கைகளில் வந்தமர்ந்து
பறந்து செல்லத் துவங்கிற்று
ஒரு கல்.

விழுந்துகொண்டேயிருப்பவை

பழமொன்றைத் தின்னத் தந்தாள்.
அவள் விரல்கள்
என் கேசத்தை உழ உழ
உண்ணத் துவங்கினேன்
உண்டுகொண்டிருந்தேன்
உண்டுகொண்டேயிருந்தேன்
கையொன்று
எனதுடலை விடாது தட்ட
கனவின் திரை இறங்கிக்கொண்டிருந்தது
ஓ...
என் மடியில் என் மடியில்
சதா விழுந்துகொண்டேயிருக்கின்றன
தின்னத் தின்னத் தீரா
குற்றவுணர்வின் பெரும் பழங்கள்.

கல் அகப்படாத வேளையில்
எனை நோக்கி
நாய் என்ற சொல்லை வீசினார்
தன்னை உண்மையான நாயென்றே
நம்பிவிட்ட அச்சொல்
அன்று முழுக்க
நாயெனத் துரத்தியதென்னை.
ஊரெங்கும் ஓடிக் களைத்து
வீடு திரும்பினேன்
வாசற்படியில்
எனக்காகவே காத்திருந்தது
தின்று மீதம் வைக்கப்பட்ட
ஒரு கூறு எலும்புத் துண்டுகள்.

இருள் நீர்

சிமெண்ட் தொட்டியாய்
மாறிவிட்ட அறையில்
உயர்ந்துகொண்டே போகிறது
இருள் நீரின் மட்டம்
உதவிகோரலின் வார்த்தைகள்
நீர்க் குமிழிகளாய் வெளியேறி
உடைந்துகொண்டிருக்கின்றன
அல்லது
மேலிருந்து ஒரு கை
உடைத்துக்கொண்டிருக்கிறது
ஒவ்வொரு உடைப்பிலும் எழுகிறது
இனிய வளையோசை.

●

சால்னாவின் வாசம்

மணி பத்து
எல்லோரும் தூங்கிவிட்டார்கள்
ஒன்பது வரை
சிமினி விளக்கை ஒளிரவிடும்
முனியம்மாள் கிழவி
மதியமே
மகன் வீட்டுக்குச் சென்றுவிட்டாள்
திருட்டுக் கால்களால்
மெது மெதுவாய் நடந்துவந்து
கதவைத் தட்டியது
புரோட்டாவின் சால்னா வாசம்
அது
உலகின் மிக மெல்லிய ஒலி.

சதைச் சிலுவை

மதுவின் கை
மண்டைக்குள்
மிதவேகப் பம்பரத்தைச் சுற்றிவிட்டது
உள்ளங்கையிலேற்ற முயலும்போதெல்லாம்
எத்துகின்றன
கொழுப்பெடுத்த வெளியின்
முரட்டுக் கால்கள்
பொறுப்புணர்வு பொருந்திய நண்பன்
எனைப் பின்னமர்த்தி
வாகனத்தை முடுக்குகிறான்.
பைத்தியக்காரன்
முழு எடையையும்
முதுகில் தாங்கிச் செல்கிறான்.
நானோ
கைகளை அகல விரித்து
உரக்கக் கூவுகிறேன்
நானொரு சதைச் சிலுவை.

●

துக்கம் தாளாத மதுபாட்டில்கள்

வெகுநாட்களுக்குப் பின்
சந்தித்ததன் உற்சாகத்தில்
"டிங் டிங்" என்று சத்தமெழும்படி
இடித்துக்கொண்டமர்ந்தன
இரு மதுபாட்டில்கள்
அடைபடுதலின் கறுப்பு நாட்களை
மூடிகள் பிதுங்கப் பகிர்ந்துகொண்டன
இடையில் வந்திணைந்தன,
காரக்கடலைகளும் தண்ணீர் போத்தலும்.
எதிரேயமர்ந்த மது பாட்டில்களிடம்
காரக் கடலைகள்
காரமான கதைகளையும்
நீர்ப் போத்தல்
கண்ணீர்க் கதைகளையும் கூறின.
துயரம் தீயாய் எரிய
தம்மைத் தாமே
ஒரே மடக்காகக் குடித்துவிட்டு
தள்ளாடித் தள்ளாடித்
தரையில் விழுந்துடைந்தன
துக்கம் தாளாத மதுபாட்டில்கள்.

●

வெண்ணிறச் சோகம்

வறண்ட ஏரிக்கு மேலே
வெண்ணிறச் சோகமென
பறந்துகொண்டிருக்கிறது
கொக்கு.
இப்போது
அதன் கண்களிலிருந்து
ஒரேயொரு துளி கசிந்தாலும்
சட்டென நீண்டு
ஏந்திக்கொள்ளும்
ஏரியின் தவளை நாக்கு.

●

நுனித் தீ

கத்தைக் கத்தையாய் அடுக்கப்பட்டு
கட்டப்பட்டிருக்கின்றன தாள்கள்
தூக்கினால் திணறும் எடை
பார்த்தால் அத்தனை இறுக்கம்
தாள் நுனியில் தீ மூட்டுகிறேன்
எல்லாம் பற்றி எரிகிறது
உடன் சேர்ந்து பஸ்பமாகிறது
ஏதோ ஏதேதோ
இப்போது
வெள்ளையிலிருந்து கறுப்புக்கும்
எடையிலிருந்து எடையின்மைக்கும் மாறிவிட்டது
நான்
ஊதியூதி விளையாடுகிறேன்
அது
பறந்து பறந்து விளையாடுகிறது.
●

இடிந்த கதைகள்

இடிந்த வீட்டின் முற்றத்தில் தட்டமொன்று
வெறி பிடித்தாற்போல்
மண்ணைக் கடித்துக்கொண்டிருந்தது
நானதை விடுவித்து
ஓடையில்
மண் நிறம் நீங்க
தேய்த்துக் குளிப்பாட்டினேன்
இப்போதது
என் வீட்டின் பாத்திர அடுக்கில்
ஜீவிக்கிறது

○

இரவானால்
பாத்திரம் தரைவிழும் ஓசை எழுவதாக
மனைவி சொன்னாள்
முதலில் நம்ப மறுத்தாலும்
ஓர் இரவில் எனக்கும் கேட்டது
தூண் மறைவில் நின்று கவனித்தேன்
உருண்டுருண்டு போனது தட்டம்
வழித்தடம்
ஏற்கெனவே வந்ததுதான்
ஏனோ தெரியவில்லை
அது
நிலவொளி வீச
இடிந்த வீட்டின் முற்றத்தில் நின்று
ஓ... வென்று அழுதுகொண்டிருந்தது.

●

அதிசய மரம்

சாக்கடையோரம் கிடந்தவனை
தூக்கிச் சென்று
மரத்தடியில் கிடத்துகிறான்
தூரத்தில் நின்றுகொண்டு
போவோரிடமும் வருவோரிடமும்
சொல்கிறான்
அங்கே பாருங்கள்
அந்த அதிசய மரம்
தனக்குக் கீழே
நிறைய இலைகளையும்
ஒரு மனிதனையும்
உதிர்த்திருக்கிறது.

எவ்வளவு காலமாக
மியூசிக்கல் சேர் விளையாட்டில்
வட்டமடித்தோடுகிறோம்
வெளிப்படையான போட்டி
நம்மில் யார்
முதலில் அமர்வது என்பதுதான்
மறைமுகமான போட்டி
நம்மில் யார்
முதலில் தள்ளிவிடுவது என்பதுதான்
யாவற்றுக்கும் மேல்
நம்மில் யார்
மீதமாகா மீதம் என்பதுதான்.

●

நேற்றுக்கூட நேற்றுக்கூட நேற்றுக்கூட

நேற்றுக்கூட
நன்றாக இருந்துவிட்டு
நேற்றுக் கூட
நன்றாகப் பேசிவிட்டு
காலை நடைப் பயிற்சியின்போது கூட
வணக்கம் வைத்துவிட்டு
சென்றவாரச் சந்தையில் கூட
நகைச்சுவை செய்துவிட்டு
இறக்கிறவர்களே
நீங்கள் ஏன்
நேற்றுக் கூட
நன்றாக இல்லாமல்
நேற்றுக் கூட
நன்றாகப் பேசாமல்
காலை நடைப் பயிற்சியின்போது கூட
வணக்கம் வைக்காமல்
சென்றவாரச் சந்தையில் கூட
அழு முகத்தோடு நின்றுவிட்டு
இறந்திருக்கக் கூடாது.

பிஸ்து

தன் கூர் மண்டையால்
எப்போதும்
வானத்தை முட்டிக்கொண்டிருக்கிறது
மலை
ஒருநாள் அல்லது ஒருநாள்
மலையுச்சியடைவேன்
மண்டையால் வானத்தை
நான்கு முட்டு முட்டுவேன்
நொறுங்கி விழும்
வானச் சில்லுகளைப்
பொறுக்கி வந்து
எல்லோரிடமும்
பிஸ்து காட்டுவேன்.

ஆற்றுப் பாலத்தை
கடக்கையில் பார்த்தேன்
கூன் முதுகுடைய சிலர் முங்கியிருப்பதுபோல் தெரியும்
பாறைகளையும்
அதன்மீது நின்று
நீரைப் பார்த்துப் பார்த்து
குதூகலிக்கும்
நீர்க் காகங்களையும்
குதூகலங்கள்
இப்போதெல்லாம் நீர்க்காகங்களாய்
அவதரிக்கின்றன போலும்.

●

உண் ஈக்கள்

இவ்வளவு பெரிய உலகில்
ஒருவன் மட்டும்
அனாதையாய் இறந்து கிடக்கிறான்
எவ்வளவு கால்கள்
வேகமாய்க் கடக்கின்றன
உடன்
எவ்வளவு கைகள்
வீசி ஒத்துழைக்கின்றன
மேலும் எவ்வளவு ஈக்கள்
மரணத்தை உண்ண முயல்கின்றன.

ஒளி விலங்கு

முட்டுச் சந்தில் வைத்து
உடலை விழுங்கியது நிழல்
என்னைத் தெரிந்த அளவுக்கு
யாருக்கும்
என் நிழலைத் தெரியாது என்பதால்
நான் கவலைகொள்ளவில்லை
என் வீட்டில்
உண்டு உறங்கி
என் நண்பர்களுடன்
புகைப் பிடித்து மதுவருந்தி
என் காதலிகளின் உதடுகளில்
குளிர்ச்சியான
போலோ முத்தங்கள் தந்து
அடுத்த நாள்
அலுவலகம் சென்று
நல்ல பிள்ளையாய்
வீடு திரும்பிக்கொண்டிருந்தது
எனக்கோ சாகலாம் போலிருந்தது.

●

முட்கால நிழலில் பறக்கும் கொசு

வாடிய வயிற்றோடு
வளர்ந்த மயிர்களை வெட்ட
கத்தரிக்கோலை எடுத்தேன்
அது எனைவிடவும் துருவேறியிருந்தது
அப்படியே வைத்துவிட்டு
கதவில் சாய்ந்தமர்ந்தேன்
கொசுவொன்று காதோரம் வந்து
சௌக்கியமா சௌக்கியமா என்றது
இல்லை இல்லை என்றேன்
அது
மீண்டும் மீண்டும்
சௌக்கியமா சௌக்கியமா என்றது
இல்லை இல்லை என்று கத்திக்கொண்டே
காதோடு சேர்த்து அப்பினேன்
உள்ளங்கையில் ஒட்டியிருந்த
கொசுவைப் பார்த்துக் கேட்டேன்
"சௌக்கியமா சௌக்கியமா"

விவஸ்தையற்ற மரம்

மரத்தின் கீழே
உதிர்ந்த இலைகளை
கவலையோடு கூட்டுகிறாள்
ஏதோ முணுமுணுக்கிறாள்
ஏதோ திட்டுகிறாள்
ஓரிடத்தில் குட்டானாய் விடுகிறாள்
மீண்டும் மீண்டும்
காற்றுத் தீண்ட
மீண்டும் மீண்டும்
இலைகளை நழுவவிட்டு
சுரணையற்று
மரம்போல் நிற்கிறது மரம்.

●

என்றாகிவிட்டது

சற்றே குரலவிழ்த்து
தேநீரில் சர்க்கரையில்லை என்றேன்
கோபித்துக்கொண்டு
கரும்புக் காட்டுக்குள் புகுந்துவிட்டாள்
தன்னைக் கரும்பென
நம்பிவிட்டவளை அழைத்துவர
அறுவடைக் காலம்வரை
காத்திருக்கும்படியாயிற்று
நாளடைவில்
வார்த்தைகளை
எச்சிலில் கரைக்கும் வித்தையை
கற்றுக்கொண்டேன்
இருந்தும் ஒருநாள்
மறதியாய்
குழம்பில் உப்பில்லை என்றேன்
பாவிமகள்
கடலுக்குள் இறங்கிவிட்டாள்
நீருக்கடியில் மீனென நீந்திக் கிடந்தவளை
வலை வீசிப் பிடிப்பதற்குள்
போதும் போதும் என்றாகிவிட்டது.

●

துயரின் நிறங்கள்

எல்லோரும்
எழுந்து சென்ற பின்னும்
துக்க வீட்டில்
மிகுந்த சோகத்தோடு அமர்ந்திருக்கின்றன
நாற்காலிகள்
சிவப்பு
நீலம்
வெள்ளை என
பல நிறச் சோகங்களைப்
பொறுக்கவியலாக் கைகள்
ஒன்றன்மீதொன்றாக அடுக்கி
வண்டியேற்றிவிடுகின்றன.
நூற்றுக்கணக்கான சோகங்களை
ஏற்றிக்கொண்டு
மெல்ல நகர்கிறது
பார ஊர்தி.

●

உறக்கக் கதகதப்பில் இருந்தாள்.
சுற்றிக்கிடந்த கைகளை விலக்கி
பொம்மையை
கொல்லைப் புறத்தில்
நாவுகளால் நடனமிடும் தீயில்
ஆக்ரோசத்தோடு எறிந்தார் தந்தை.
கண்கூடாகப் பார்த்த
வீட்டின் வெளிச் சுவர்கள் நின்றன,
அப்போதுதான்
ஆரஞ்சு மிட்டாய்
தின்றிருக்கும் என்று ஊகிக்கக்கூடிய
ஒரு சிறுமியின்
துண்டிக்கப்பட்ட நாக்கு மாதிரி.

●

வெட்க ராணி

எனைக் கண்டதும்
வெட்கம் ஒரு முயலாக மாறி
உன் முகத்திலிருந்து
எகிறிக் குதித்தோடுகிறது
ராணி,
உனக்கு ஆட்சேபனை இல்லையெனில்
கொஞ்சம் அமைதியாய்
இங்கேயே அமர்ந்திரு
நானதன் காதைப் பிடித்துத்
தூக்கிக்கொண்டு வந்து
உன் மடியில் போடுகிறேன்.

பலாக்கிரம மூச்சிரைப்புகள்

அவ்வளவு
பெரிய பூவுக்கு
ஈடு கொடுக்க முடியாது திணறும்
என் செல்லச் சிறு வண்டே
உனக்கிது தேவைதானா

வண்ணத்திப் பூ

ஒவ்வொரு
பெண்ணுக்குள்ளும் உண்டு
ஒரு வண்ணத்தி.
அதைக் காண,
நாம் ஒரு பூவை நீட்டி
அழைக்க வேண்டும் அவளை.
பிறகவள்
நமக்குக் காட்டுவாள்
பறந்து பறந்து
நமக்கே தெரியாமல்
நமக்குள் இருக்கும்
ஒரு பூந்தோட்டத்தை.

●

தீப் புழு

மழை கனத்துப் பெய்ய
சிமெண்ட் கூரையின் கீழ்
ஓய்வுகொண்டிருக்கிறது
வயோதிக உடல்
கணவனையும்
மூன்று பிள்ளைகளையும்
தீ தின்ற பின்னும்
தான் வாழும் சாபத்தை
பொறுமலோடு கூற
எப்போதேனும் கிடைக்கிறது
காதுகள்
சிலபோது கிடைக்கிறது
உணவுப் பொட்டலங்கள்
அவளருந்திய
இலட்சோப இலட்ச நீர்ச் சொட்டுகளில்
சில துளிகள் மட்டும்
கண்ணீராகும்போது
வாயிலிருந்து
தீப் புழுவைப்போல
நெளிந்து நெளிந்து வெளியேறும்
காற்று.

●

ஒளித் துடிப்பு

வண்ணச் சட்டை உரிந்து
கூலங்கள் நிறைந்த வாசலோடு
சோபையின் திருவுருவாய் நிற்கும்
எனது வீட்டைப் பார்த்தால்
தெருவழியே போகும் யாருக்கும்
நியாபகத்தில் வருவது
மங்கு விழுந்த முகமும்
கருவளையக் கண்களும்
இருளால் கூண்டு செய்து
அதனுள் அமர்ந்தபடி
நிலவைப் பார்த்துக்கொண்டிருந்தேன்
அப்போது உள்நுழைந்த மின்மினி
யார் பிடியிலிருந்தோ தப்பிவந்த
எனதறையின் உயிர்போல
ஒளியால் துடித்துக்கொண்டிருந்தது.

●

தீண்டலின் பாடல்

காலம்
என் கையில் கத்தியையும்
அவள் கையில்
அரிவாள்மணையையும் கொடுத்து
நிற்க வைத்திருக்கிறது.
ஒரு காலத்தில்
இந்தக் கத்தி ரோஜாவாக இருந்தது
அந்த அரிவாள்மணை
தாஜ்மஹாலாக இருந்தது
நான் ரோஜாவால்
அவள் உடலின்
ஒவ்வொரு பாகத்தையும் தீண்டுகிறேன்
அவள் தாஜ்மஹாலை
என் உடலெங்கும் உருட்டி விடுகிறாள்
மிதந்து மிதந்து
ரோஜா
தாஜ்மஹாலை முத்தமிடுகிறது
தாஜ்மஹால்
ரோஜாவின் இதழ்களைக் கவ்வுகிறது.

●

வலியாறுதல்

ஒரு நுனியில்
பால் கட்டிய மார்பின்
கனம் தாங்காது
தாயொருத்தி கதறுகிறாள்
மறு நுனியில்
சொற்கள் கட்டிய மனதின்
கனம் தாங்காது
ஆடவனொருவன் அலறுகிறான்
தெரிந்தோ தெரியாமலோ
இருவரும் வளர்த்துவிட்ட நாய்
கவ்வி வந்த குழந்தையை
அவள் மடியிலிடுகிறது
ஈரம் பிதுங்கும் கண்கள் மூடி
குழந்தை பசியாறுகிறது
அவள் வலியாறுகிறாள்
பிறகு
எழுந்து சென்று
அவனருகே அமர்ந்து
தோள் சாய்க்கிறாள்.
அவனது சொற்கள்
கொஞ்சம் கொஞ்சமாகக் கரைந்து
கண்ணீராகிறது.

●

சொற்களை
துருவேறவிட்ட நண்பன்
இறந்துவிட்டான்
என்ன பிரச்சினை என்று
யாராலும் யூகிக்க முடியவில்லை.
குழந்தையின் பலூனில்
அசாமல் ஊசி இறக்கும் குணமுடைய
போதைவாதியொருவன்
கூட்டத்தில் உளறினான்
மணியண்ணன் இறந்த பின்
அவர் வீட்டுப் பக்கம்
அடிக்கடி பார்த்ததாக
அழு குரல்களின் அரணை மீறா
சோபைக் குரல் அவனுடையது
மயானம் வரை
மலருதிர்த்த கைகளைக் கட்டிக்கொண்டு
வேடிக்கைப் பார்த்தோம்
தனது அத்தனை நாக்காலும்
அவனுடலை நக்கிக்கொண்டிருந்தது
தீ மிருகம்.

●

நிறைந்த பௌர்ணமியன்று
மரவட்டைக்குக் கனவு வந்தது
அதிலதற்கு
இரண்டே கைகள்தான்
இரண்டே கால்கள்தான்
கையையும் காலையும்
கரகரவென்று சுழற்றியது
யாரோ
ஒன்று
இரண்டு
மூன்று
என எண்ணி
விசில் ஊதியதுபோல
அவ்வளவு
வேகமாக ஓடியது.
●

மறை நுனி

பிராயத்தில் ஊஞ்சலாடியதை
இப்போதும்
மறக்க முடியாதவர்
மாபெரும் கட்டிடத்தின் வெளியே
அதன் உச்சியில்
ஊஞ்சலில் அமர்ந்திருக்கிறார்
அவ்வப்போது
தூரிகையால்
வானத்தைத் தொட்டுத் தொட்டு
சுவருக்கு
நீல நிறம் பூசுகிறார்
எங்கோ கட்டப்பட்டிருக்கிறது
கதிரொளி கண் கூச
உற்று நோக்கியும் தெரியாத
கயிற்றின் அவ்விரு நுனிகள்.

●

கத்தியின் இதழ்கள்

கையில் கசாப்புக் கத்தியோடு
மீசையை முறுக்கிக் கர்ஜிக்கிறான்
ஒருவர் மேசையின்மீது
செங்கல்லை வைக்கிறார்
ஒரே ஓங்கில்
இரு துண்டாக்குகிறான்
இன்னொருவர்
பெரிய எலும்பை வைக்கிறார்
அதுவும் இரண்டாகிறது
வேறொருவர்
சங்கிலியை வைக்கிறார்,
அதையும் துண்டிக்கிறான்
சலசலக்கும் குரல்களை
விலக்கிக்கொண்டு வந்த சிறுமி
சிறு மலரொன்றை
வைத்துவிட்டுப் பின்னகர்ந்து நிற்கிறாள்
அவன் கத்தியை
கீழே போட்டுவிட்டு
திரும்பிப் பார்க்காது ஓடுகிறான்.

●

உன் தாயின்மீது ஆணையாக இது உணவகம் பற்றிய கவிதைதான்

அது, பத்து பிரபல புரோட்டா மாஸ்டர்களும்
ஐந்தாறு சுமார் மூஞ்சி குமார் சப்ளையர்களும்
வேலை பார்க்கும் பிரபல உணவகம்
பழைய புரோட்டாவுக்கும்
நான்கு நாள் வைத்தும் ஊசிப்போகாத
மட்டன் சுக்காவுக்கும்
பெயர் போன கடை அது என்று
சூப்பர் ஸ்டார் யார் என்று கேட்டால் சொல்லக்கூடிய
எல்லாச் சின்னக் குழந்தைகளும் சொல்லிவிடும்
அவர்களுக்கு அவ்வளவாக வராது
நல்ல காய்கறிகளைத் தேடிப் பிடித்து வாங்குவது
எனினும் சில கைக்கெட்டும் காய்கறிகளைப் பறித்து
சமையலறைக்குள் வீசுவது வாடிக்கை
அவை தம்மைத் தாமே
நீரில் கழுவிக்கொண்டு
தோலை உரித்துக்கொண்டு
கத்தியிலோ அரிவாள்மணையிலோ
பல துண்டங்களாக நறுக்கிக்கொண்டு
கொதிக்கும் பாத்திரத்துக்காகக் காத்திருக்கும்போது
டான் டடடடன் டான் டடடடன் என்ற
பின்னணி இசையோடு
சமையற் கலையின் புகை மண்டிய ஆன்மாவை
வெற்றிலை நாவாய் சிவக்க வைக்கும்
பொறுப்பாளர், சமையல் சுடரொளி
கோகுலக் கண்ணன் வருவார்.
தனது தங்கக் காப்பு ஜொலிக்கும் கைகளால்
காய்கறிகளை அள்ளி
குலவையிட்டுக்கொண்டே குண்டானில் போடுவார்
பாருங்கள்
அவ்வழகைக் காண கண்கள் வேண்டும்
கோடி.

உன் தலையில்
தன்னைப் பொருத்திக்கொண்டது
நூலாம்படையிலான கிரீடம்
பையா
இன்னுமென்ன யோசனை
இரண்டிலொன்று
சூம்பிய கால்தான் எனினும்
ஊரெங்கும் இடு
ராஜ நடை
தத்தரிகிட தத்தரிகிட தா...

●

மது ஜீவ மது

இவ்வளவு பேரை
முட்டித் தூக்கியெறிந்தும்
நாஸ்தியாக்கியும்
வெறியடங்காத
உலோக வீரனே
படையல் வைத்து
உன்னை
ஆசுவாசப்படுத்தத்தான்
இதோ அவர்கள்
உன் இரும்புப் பாதையில்
சரக்கோடு அமர்ந்திருக்கிறார்கள்
பழக்கம் இல்லை
என்று மட்டும் சொல்லிவிடாதே
சொல்லிவிட்டு
பாவி மகன் நீ
நிற்காமல் போய்விடாதே
பிறகு
தாங்கவே தாங்காது
எங்கள் ஜீவ மது.

●

ஓடும் ஆற்றின்
இதயத் துடிப்பை அறிய
நாம் கையில்
ஒரு மீனைப் பிடிக்கவேண்டும்.

●

நிலை குலை நிலை

கரையொதுங்கிய விலங்காய்
நீண்டு கிடந்தான்.
பகலவன் கூரிய பற்களால்
குத்திக்கூடப் பார்த்தான் தான்.
நண்டுகள் உடலின்மீது அலைந்தலைந்து
கிச்சுக்கிச்சு மூட்டியதும் நடந்த ஒன்றே.
இரு பருந்துகள் அவனருகே அமர்ந்தன.
ஒன்று அவன் கண்களை கொத்த முற்பட்டபோது
இன்னொன்றின் முகம் அதில் தெரியவே
மிரட்சியோடு பின்வாங்கிற்று.
உண்மையிலவன்
பயங்கர விலங்கினம் தான் போலும்.

●

தலைக்கு மேலே பறந்த பொன்வண்டை
சிற்றடியில் வீழ்த்தினேன்
சுவரில் மோதி
தரையில் தரைத்து
மீண்டும் பறக்க எத்தனித்தபோது
சிறு குச்சியால் புரட்டிப் போட்டேன்
அன்றிரவு
நிம்மதியான உறக்கம்
மறுநாள் காலை அது
அதே இடத்தில் அதே நிலையில்
கைகால்களை மேல் நோக்கி
அசைத்தசைத்து
யாரையோ அழைத்துக்கொண்டிருந்தது
நான் மேலிருந்து வந்து
மந்திரக்கோலால்
செல்லமாகப் புரட்டிப் போட்டேன்.

●

நனவில் போலல்லாது
கனவில் நான்
மிகத் தீவிரமாக
யோசிக்கும் பாவனையில்
புகைக்கிறேன்
புகை கலையக் கலைய
எதிரே
மெல்ல வெளிப்படுகிறதொரு வீடு
ஜன்னலுக்கு வெளியே
கைகளை நீட்டி ஆட்டி
ஒரு பாலகன்
தன்னைக் காப்பாற்ற அழைக்கிறான்
என் யூகம் சரியெனில்
இன்னும் சற்று நேரத்தில்
அவ்வீடு
அவனை விழுங்கிவிடும்.

●

நானிங்கு வந்தது
பந்தியிலமர்ந்து
போஜனம் செய்யவோ
கூட்டம் கூட்டி
வித்தை காட்டவோ
மறைத்து வைத்திருக்கும்
கத்தியை
கொழுத்த சதையில்
குத்திக் கிழிக்கவோ அல்ல
இங்கு
ஏதோ ஒன்றின் மறைவில்
சதா குழந்தையைப்போல
ஒளிந்துகொள்ளும்
குறும்புக்கார வாழ்வைத்
தேடித்தான்.

●

காலச்சுவடு பப்ளிகேஷன்ஸ் (பி) லிட்.
Published by Kalachuvadu Publications Pvt. Ltd.,
669, K.P. Road, Nagercoil 629001, India
Phone: 91-4652-278525
e-mail: publications@kalachuvadu.com

12/2022/S.No. 1139, kcp 3939, 18.6 (1) rss